కృషీవలుడు

D1651942

దువ్వూరి రామిరెడ్డి

కృషీవలుడు   దువ్వూరి రామిరెడ్డి

గమనిక

ఈ ముద్రణమున గొన్నియెడల గొన్ని పద్యములు సంస్కరింపబడినవి. కొన్ని క్రొత్తపద్యములు చేర్పబడినవి. ఇదివఱకటి పద్యములలో గొన్ని తీసివేయబడినవి. ఈ మార్పులను గ్రంథకర్తగారె యొనరించిరి.

ప్రకాశకులు.

ప్రేమాంకము

శా|| అన్నా మన్నెము శేషరెడ్డి, యెటులో
యావిర్భవంబొంది స్నే
హౌన్నత్యంబు పరస్పరంబు రమణీ
యానేక భావంబులం
జెన్నారెన్ హృదయానుబంధరచనా
చిహ్నంబుగన్, మాఱుపా
టెన్నండుం దలచూప దిందనుక దై
వేచ్ఛాప్రభావంబునన్.

తే. గీ. అట్టి నిర్మలమైత్రికి నానవాలు
నవ్యకవితాసుమంబుల దివ్యమాల
నెమ్మి గీలించుచున్నాడ నీదుకీర్తి
కామినీ కంఠసీమను గాంతు లొలయ.

ప్రియమిత్రుడు,

దువ్వూరి రామిరెడ్డి.

ఉపోద్ఘాతము

ఆంధ్రవాఙ్మయమున ప్రకృతము ప్రసిద్ధికి వచ్చుచుండెడు గణ్యములగు నూతనసృష్టులలో నీకావ్య మొకటి. విషయమందును భావములందును ఇయ్యది మనదేశముయొక్క నవజీవితమునకుం జేరినది. అచ్చటచ్చట శైలియందును దూరోపమలు మొదలగు నలంకారముల యందును ప్రాచీనవాసన యింకను కొంత వదల వలసియున్నటుల తోచెడిని.

కవి కాపుయువకుడు; విషయము కాపులజీవితము; దృష్టి యభిమాన ప్రేరితము. కృషీవలుల జీవితమును ప్రధానాంశముగ గ్రహించిన తెలుగు గ్రంథములలో నిదియె మొదటిది. ఈవిషయ నవ్యతను దలంచియ కాటోలు రామిరెడ్డిగారు ఈక్రింది విధముగ వితర్కించి యుండుట :

అన్నా హాలిక, నీదు జీవితము నెయ్యంబార వర్ణింప మే
కొన్నన్ నిర్ఝరసారవేగమున వాక్పూరంబు మాధుర్యసం
పన్నంబై ప్రవహించుఁగాని, యితరుల్ భగ్నాశులై యీర్ష్యతో
నన్నుం గర్షకపక్షపాతియని నిందావాక్యముల్ వల్కరే?

తాను పూర్వలాక్షణికుల కరిగాపుగాడనియు స్వచ్ఛంద విహార శీలుడనియు నీక్రింది పద్యములలో బాహాటముగ చాటించి యున్నాడు.

వనలతయైన నాకవిత పత్రపుటంబుల బూవురెమ్మలన్
దినదిన జృంభమాణయయి తేజరిలెన్ సహజప్రరోహ వ
ర్ధన నియమానుసారముగ, దల్లత యెన్నడు దోటమాలిపా
ణిని గనుగోని వన్యరమణీయత జిల్కు నపూర్వపద్ధతిన్.

పంజరనిబద్ధకీరంబు బయలుగాంచి

యడ్డుకమ్ముల దాటంగ నాసచేయు
నటు బహిర్ణియమంబుల నతకరించి
మన్మనంబు స్వాతంత్ర్యసీమకు జరించు.

కాన, యెవరేమియనుకొన్న దాన నేమి
గలుగు; గాలమనంతము; ఇలవిశాల;
భావలోకము క్రమముగా బడయుమార్పు
ఏల హృదయంబు వెలిపుచ్చ నింతయళుకు?

తన కవిత వనలత, స్వచ్ఛందవ్యాపనముగలది. చెన్నపురిలోని మాలీలదోహదములు కత్తిరింపులు మొదలగు చికిత్సలచే కృత్రిమసౌభాగ్యమువహించిన పూలచెట్లవంటిదిగాదు, "సహజ ప్రరోహవర్ధన నియమానుసారముగ" నల్లునట్టితీగె. "అపూర్వపద్ధతి" నవలంబించినది. శాస్త్రకారుల యాదేశములను, పారంపర్యప్రాప్త బహిర్ణియమంబుల పాటింపదు. ఆగమ పుంజములకుచేరిన గతానుగతికముగాదు. స్వాతంత్ర్యసీమను జరించు నది. ఏమీ! పూర్వికుల విధులను అతిక్రమింపవచ్చునా? వా రేర్పఱచిన కృతివిధానములుగాక అన్యము లెక్కడనైన నున్నవా? అని మూఢభక్తు లెవరైన ఆక్షేపించినయెడల "కాలమనంతము, ఇలవిశాల; భావలోకము క్రమముగా బడయు మార్పు" అని కవి వారిని తిరస్కరించి తనదారిని తా నేగెడిని. వీరు చేసియుండెడు కవితావిషయమైన చర్చను కొన్నియేడులక్రిందట సందర్భానుసారముగ నేనును "కవిత్వ తత్త్వవిచారము" లో చేసినాడను.

"ఐరోపాలోని కవీశ్వరులు కొందఱు కాపువారు, సైనికులు, మొదలైన తక్కువ వృత్తులవారి బ్రదుకులను వర్ణనార్హములని భావించి యెంతో సుందరముగ గావ్యములలో వ్రాసియున్నారు. మన గ్రంథముల మాత్రము చదివి యీ పుణ్యక్షేత్రమైన కురుక్షేత్రముయొక్క స్థితిగతుల నరయ జూచువారికి ఈ దేశమున

బీదసాదలపై నాదరముగల కవి యెవడైన నున్నాడా? తుదకు బీదసాదలైన నున్నారా? యను సంశయము పట్టినను తప్పు వారిదికాదు! శోకరసము వర్ణింపవలయునన్న ననుకూలమగు సందర్భమెయ్యది? క్రొవ్వుకాటెడి నాయికా నాయకుల యూహామాత్రములైన కష్టములా? ప్రజలు దినదినము కన్నీరుగార్చుటకైన నవకాశములేక కుడుచుచుండు పరిపరివిధములైన గోడులా? శాంత రసమునకు బోషకమెయ్యది? తమకు గష్టముదేనట్టిపైన రాజులయొక్క యుదారచర్యలా? ఆకటమాడి మలమలమాడుచు నింటికి వచ్చి వంట సిద్ధముకాకుండినను భార్యపై గోపింపక, కన్నులు మూతపడుచుండ విధిని ధ్యానించుచు నొకమూల గూర్చుండు పొలముకాపులయొక్క నడవడియా? ఆహా! జన సామాన్యము యొక్క ప్రతిదిన వృత్తములలో నెంతభావము, రసము, గుణము, నుపగతములై యున్నవో మనకవులకుం దెలియవుగదా, రాజపుత్రులను, రాజకన్యలను, చాలనందుకు బ్రాహ్మణులను వేశ్యలనుబట్టి ఝుంఝూటమాడుటదప్ప కవితకు మేలైన యన్యకర్మములు లేవా?"

ఉన్నవియనుటకు ఈ "కృషీవలుడు"ను, అబ్బూరి రామకృష్ణారావు, రాయప్రోలు సుబ్బారావు మొదలైన యువకులు విరచించియుండెడు నవ్యకావ్యములును ప్రమాణములు.

ఈ గ్రంథమునందు పొలముకాపులయు కాపుటిల్లాండ్రయు దైనందిన చర్యలతోడ ఋతువర్ణనములను కవి బహుచమత్కారముగ సమన్వయించి యున్నాడు. ఇది భావగంభీరులకేగాని శుష్కపండితులకు సాధ్యమగు క్రియగాదు. ప్రాతఃకాలమునుండి రాత్రి నిద్రపోవువఱకు కృషీవలులు చేయు కార్యములొకకూర్పు; వీనితో సమ్మేళించిన విధమున చేయబడి యుండెడి ఋత్వాది ప్రకృతివర్ణన మింకొకకూర్పు. రెండును భావకళా నిర్మితములును శోభితములును అయిన ప్రకృతి ప్రతిబింబములట్లు సత్యమును రామణీయకమును దాల్చియున్నవి. కృతిపరిమాణమున చిన్నదైయును

గుణమున నానాసౌభాగ్య శోభితముగనున్నది. వీని నన్నింటిని విడదీసి ప్రదర్శింపవలయునన్న సూత్రమునకన్నను వ్యాఖ్యానము విపులమగును. అట్లు చూపుటచే చదువరుల భావపరిశ్రమ విక్షేపములకు నిరోధముగల్గును. కాన, కొన్ని యంశములను పేర్కొని విరమించెదను.

ఇందు గ్రామాంతర నివాసము వ్యవసాయవృత్తి ఇత్యాది ప్రకృతి సామీప్యజీవితమునకును మనుష్య స్వభావ ప్రవృత్తికిని ఉండు సంబంధము చూపబడియున్నది. మొత్తముమీద పట్నవాసు లంత మంచివారుగారనియు, గ్రామవాసులు నడవడియందు మేలుతరమైన వారనియు కవి యొక్క అభిప్రాయము. ఇది నిర్వివాదము కాదని నామనవి. పట్టణస్థులకు గ్రామస్థులకు చర్యాబేధములు, స్వభావభేదములు లేవనలేముగాని, పోలికలనుపెంచి యెక్కువతక్కువలను రూపించుట సాహసకార్యము. దేశాభ్యుదయమునకు పల్లెలెటులనో పురములును నట్లే యావశ్యకములు. మఱియు ఆర్థిక ప్రపంచమునకు ఆధారము వ్యవసాయమని కవిగారు చూపియున్నారు. ఇదినిజమేగాని తక్కినవాణిజ్యాది యభ్యుదయములు లేనిచో దేశము సమగ్రత తాల్పనేరదు.

నవ్యపాశ్చాత్య సభ్యత నాగరకత
పల్లెలందు నస్పష్టరూపముల దాల్చి
కాలసమ్మానితములైన గ్రామపద్ధ
తులను విముఖత్వముం గొంత గలుగజేసె.

నేటి నాగరకత నీమేలుగోరక
యప్పుచేసి బ్రతుకుమని విధించు
నాయవృద్ధికన్న నావశ్యకపదార్థ
సంఖ్య హెచ్చ జిత్తశాంతి యున్నె?

కవికి పరిణామములు వలయునో వలదో తెలియకున్నది. కవితా భావములను శాస్త్ర తత్త్వములం బలె తార్కిక దృష్టితో విమర్శింపదగదు. వానియందు రసికులు గమనింపవలసిన విషయము సౌందర్యము. ఆ గుణ మీకావ్యమందు అఖండముగ నున్నది.

అసంబంధములగు వర్ణనలు సంగతు లీ గ్రంథమున లేవు. ప్రతియంశమును చిత్తరువున కనుకూలించినదియు అగత్యమైనదియుగానున్నది. సంయోగతాలక్షణ మిందు ఏమాత్రము భంగము చెందకుండుట కవియొక్క భావనాగాంభీర్యమునకు అమోఘమైన సాక్ష్యము. తా వర్ణించు జీవితమును విషయములును తనకు అనుభవ వేద్యములు కాబట్టియు, వానియందు తనకు మనసు హృదయసంపూర్ణముగ లీనమై యుండుటచేతను వర్ణనలన్నియు హృద్యతాగుణపరిశోభితములు. వానియందు సత్యస్ఫురణ, మనోహరత, హృదయాకర్షణాది శక్తులున్నవి. ఇదియ శిల్పముయొక్క పరమార్థము.

పాశ్చాత్యభాషలలో "పా'స్టొరల్సు" నాఁబడు పాశుపాల్యాది గ్రామాంతర వృత్తులవారి అకృత్రిమ జీవిత స్వభావాదుల వర్ణించు కావ్యము లనేకములున్నవి. అయ్యవి గ్రీకు లా'టిన్, భాషలలో పుట్టి ఆధునిక ఐరోపా వాఙ్మయముల యందును వ్యాపకమునకు వచ్చియున్నవి. హైందవ భాషలలో ఈతరగతికింజేరిన కావ్యములలో శ్రీకృష్ణుని బాల్యక్రీడలు, బృందావన జీవితము, గోపగోపికాసంచారములు ఎంతయు హృదయ రంజకములు. భాగవతమునందలి దశమస్కంధమును, విశేషించి యెఱ్ఱాప్రగ్గడయొక్క హరివంశ పూర్వభాగమును దేశీయ వాక్ప్రపంచమున తమస్సునడంచి చల్లని వెన్నెలను కురిపించి చిత్తానందముచేయు చంద్రబింబములవలె నున్నవి. జయదేవకృతమైన గీతగోవిందమును నిట్టిదయ. గోపికలను వదలిన గ్రామాంతర జీవిత మలభ్యమనియో, కృష్ణకాంతలకు తదనంతరము గోపికాసంతతులు నశించిరను భ్రమగొనియో మనకవులు అట్టివర్ణనలను, ఇతర సందర్భముల,

ముఖ్యాంశములుగ గైకొని వర్ణించుట మానివేసిరి. ఈనాటికి ఆవృత్తములు మరల కవితాదృష్టికి నర్హములని భావింపబడుట తటస్థమైనది. ఇట్టెప్పుడో నశియించిన మహోత్తరమైన వృత్తమును పునర్జీవితముంజేసి దివ్యాకృతిగ మనముందర రామిరెడ్డిగారు నిలిపియుండుట వారి యసాధారణప్రజ్ఞను సూచించుచున్నది.

కృషీవలుని జీవితమంతయు పువ్వులపాన్పు గాదని కవిగా రెఱుంగక పోలేదు. పట్నవాసులకు వారికినుండు ఆర్థికస్పర్థ, సర్కారువారు వారియెడల చేయు అనాదరణము, ముఖ్యముగా వారి నావరించియుండెడు అజ్ఞానాంధకారమును, దానిచే వారినిపట్టి బాధించెడు దురాచార పిశాచముల విషయమును రాజకీయ సాంఘికాదినీతులును, సంస్కారముల యావశ్యకతను సూక్ష్మముగ దడవియున్నారు. మింటికెగయు పక్షియైనను భూమిమీద పెట్టియుండెడి గూటిపై చూపువేయక యుండునా? కాపువారియొక్క దుఃస్థితి యెప్పుడు తొలగును? వారికముందైన పూర్వపు రెడ్డిరాజుల కాల మందువలె ఉన్నతపదవికిరారా? అను విచారములు అసలు సహజములేగద. "కాలగర్భంబు నందెట్టి ఘటనగలదో; భావిపరిణామ మెవ్వరు పలుకగలరు" ఎవ్వరు పలుకగలరో గాని నావలన మాత్రముగాదు. రైతు లెట్టి దారిద్ర్యముపాలైయున్నారు! "కార్యారంభంబును ధైర్యమున్ విడకుమయ్యా" అని కవిగారు సంబోధించుచున్నారు. వీరి మాటల నాలకించి యాదరింతురు గాక. ముఖ్యముగ మా కులమువారికి అతిథి సత్కారము ఒకరు చెప్పక చూపక వచ్చిన సదాచారము. అన్నదానము మా వారివలె చేయువా రితరులున్నారో లేదో. ఎట్లును మించినవారు లేరనుట అతిశయోక్తిగాదు. ఈవిషయమున రామిరెడ్డిగారు ఈ క్రింది విధమున రమ్యముగ నుడివి యున్నారు.

ఉండి తిన్నను లేక పస్తున్నగాని
యాసచేయవు పరుల కష్టార్జితంబు;

నాకలెత్తగ నీపంచ కరుగు నతిథి
తినక త్రావక పోయిన దినములేదు.

కాపుటిల్లాండ్రను గూర్చి కవి చేసిన స్తుతులన్నియు సత్యమునకు మీఱినవి కావు; తక్కువ. వారియొక్క "శాంతి నీతియు నురుకష్టసహనశక్తి, నెవరెఱుంగుదురు?" స్త్రీలంగూర్చి వీరొనరించిన ప్రశంస యెంతయు సత్యము; గంభీరమును.

అతుల సంసారసాగర మందు గాల
జలము సుకృత దుష్కృతవాత చలితమగుచు
సుఖవిషాదపు దరగల్లై సుడియుచుండ
పడవపై గట్టుజేర్తువు పతిని, గృహిణి!

సంగ్రహించి వ్రాయుశక్తియందు ఈ కవిని మించినవారుండరు కాబోలు, ఈ గ్రంథమును జదువ జదువ ఏరీతిని నిన్నియంశములను నిన్నికొద్దిపుటలలో నిక్షేపించినాడు అను ఆశ్చర్యము దాల్పని వారుండరు. పునరుక్తి, నిరర్థకవృత్తి, యిత్యాది కాలవ్యయమును స్థలవ్యయమును చేకూర్చు పద్ధతులు లేవు. తన కుల స్థులయట్లె యీకవియు మితభాషి. అర్థము ఎక్కువ పదములు తక్కువ అను శ్లాఘనకు పాత్రుడు.

మనుచరిత్ర, కళాపూర్ణోదయాదులలోని పద్యముల ననుకరించిన తలపోతలు వ్రాతలు ఒకటిరెండు చోటుల నున్నట్లు తోచెడిని. ఇది దోషముగాదు. ప్రమాదము కావచ్చును. వీరి యాథార్థ్యవర్ణనాశక్తిని చూపించుటకై కొన్ని పద్యముల నుదహరించు చున్నాను.

చలువగల కప్పురము చిలికినటు చల్లనయి
   లలిత కలధౌత మృదువిలసనము పోలెన్
మొలక లిడు వెన్నెలలల చెలువము దిగంతముల

కలముకొని తారకల తళుకులను గప్పన్
గలువపొడి గందవొడి దొలక సుడిరేగుచును
మెలగు నెల పయ్యరలు నలసత జరింపం,
దలపున రసార్ద్రమగు వలపు లిగిరింప దిన
కలకల మడంచి నిశ గొలిపె ప్రమదంబున్.

స్నానమొనరించి, వెన్నెల చలువ బయల
బిడ్డలున్నీవు నిల్లాలు ప్రీతి గుడిచి,
పొడుపు కతలు, సమస్యలు, బూర్వచరిత
లంత వచియింపు వారలు సంతసింప.

శ్రమ, విషాదమ్ము, లాసలు, సర్వకాల
హృదయ భేదక చింతలు, నిదుర యనెడు

శాంతవారిధి లీనమై సమసిపోవ
విశ్రమింపుము సైరికా వేగువఱకు.

నేనును విశ్రమించెదను. వేగువఱకు గాదు. మఱి రామిరెడ్డిగారు ఇంకొక గ్రంథము వ్రాయువఱకు. వ్రాసినతోడనే పఠనమునకుం దొడంగెద.

ఇట్లు

కట్టమంచి రామలింగారెడ్డి.

కృషీవలుడు

సమయమమూల్య, మొుక్క నిమిషంబు వృథాచనఁ గ్రమ్మఱింపనే
రము; మనయాయువా త్రుటిపరంపరయౌట నెఱింగి, నిద్రమాం
ద్యమునుదొలంగి మీపనుల నారయుఁడో జనులారయంచు డం
బముగమెడన్నిగిడ్చి కృకవాకము గూసెడి నింటికొప్పునన్. 1

వడఁకుచుఁబాడు మేల్కొలుపుపాటకు రాటముఝుమ్ముమంచుఁ జే
సెడి మధురారవంబు శ్రుతిచెల్వువహింపఁగ, రాజనూఁది ముం
గడ నిడుకొన్న కుంపటిసెగన్ సొగియించుచు నమ్మలక్క లో
క్కడగుమిగూడినూల్వడకునిత్తఱిఁ దోఁచెను రెడ్డిచుక్కయున్. 2

అత్తల యాఁడుబిడ్డల భయం బొకవంకయుఁ గోర్కె పేఱెడం
జిత్తములాఁగఁ గ్రొవ్వెదయుఁ జీరయు వేసవరించి తూఁగుమై
మత్తున నున్నవల్లభుని మంచము మెల్లన వీడి దీనయై
బిత్తఱికోడ లిల్వెడలె పేకువఁ బ్రాఁచిపను ల్వొనర్పఁగన్. 3

రచ్చ చపారమందు నిడిరాతిరిఁ బుచ్చిన బాటసారులుం

జిచ్చు రగిల్చి మంటలకుఁ జేతులు చాపుచుఁ గూరుచుండి వా

రిచ్చకు వచ్చినట్టి కతలెల్ల వచింపుచుఁ దెల్లవాఱఁగా
వచ్చిన మూటముల్లె గొను పైనపుసందడి రేఁగె గొల్లునన్. 4

అమ్మ, తూరుపుదెల్లవాఱె, నిఁకలెమ్మా, యంచనన్ మాల్గి మం
చమ్ముమ్మన్ డిగ్గక, బుజ్జగించినను, పో చాల్చాలు, పేన్నీళ్లు లే
కెమ్మై నేఁ బలుదోముకొందుఁ జలిలో, నింతాగడంబా, యటం

చమ్మం గూఁతురు కోపగించుకొనుఁ గన్యాత్వంపు గారామునన్. 5

ఉష యనెడు కాఁపుటిల్లాలు హొన్నురాజ
నముల వరియెన్నుగంప గేహమున దింప
సంబరమున నెగురుచు సరసఁజేరు
పిల్లలనఁ బుల్గుతుటుములు వింటికెగసె. 6

అరుణమయూఖముల్ తరులతాంతరమార్గము దూరి గేహగో
పురములఁ బ్రాకు ప్రొద్దువొడుపుం దరుణంబున నీటికోసమై
సరసుల కేఁగు కాఁపునెఱజాణల నూపురమంజులార్భటుల్
నెఱసెఁ బ్రభాతమన్ శిశువునేర్చెడి ముద్దులమాటలో యనన్. 7

ఇరువులఁ జూరులందుఁ జరియించి తమోహరణైక దక్ష భా
స్కర కిరణాళి నీమ్రుదులశయ్య సువర్ణమయంబు చేసె ని
ద్దుర నిఁకనైనమాని వెలిదోలుము బీళ్ళకు నాలమంద, ని
త్తఱిఁ దమిదీఱమేయుఁ బులుదంటులుఁ గమ్మనిమంచుపచ్చికల్. 8

ఓయి హాలిక! యెంత ప్రొద్దాయెఁ జూడు
మింత నిదురేల? పాలకై గొంతురాయ
లేఁగ యాదూడ పలుపును లాఁగికొనుచు
నఱచు చున్నది "యంభయంభా" యటంచు. 9

పొదుగు నిండుగఁ బాల్చేపి గుదులు త్రెంపి
దూడకై దొడ్డిగోడ రాపాడి దాఁటెఁ
దఱిపి పెయ్య; యింకేల మాంద్యమునఁ బొదల?
లెమ్ము నిద్దుర; పాల్దీయఁ దెమ్ము చెంబు. 10

బిఱ్ఱుకడుపుగ నన్నంబుఁ బెరుఁగుఁ గుడిచి
దొడ్డి వెడలించు చున్నాడు గిడ్డిగములఁ
దమ్ముఁగుఱ్ఱడు; లేదూడ లమ్మలకును
బరుగు లిడనీక కట్టుము పలుపువెట్టి. 11

చెమరు ముత్యాలు చెక్కిళ్ల జెదరిజాఱ
ముద్దుచన్నులు పయ్యెద ముఱిపెమాడ
గాజునీలాలు మధుర నిక్వణము లొలయ
దధి మధించెడు కాంత గీతములు వినవొ? 12

ఉయ్యెల నిద్రలేచి తనయుం డెదుటన్ జనయిత్రి గాంచకే
కుయ్యిడు చున్నవాఁడు కులుకుంగనుదమ్ముల బాష్పబిందు లో

య్యొయ్యన జిందువాఱ, సతియు న్నికటంబునలేదు, లేచి య
బ్బయ్యనునెత్తి మేను పులకాంకితమౌనటు ముద్దువెట్టుమా. 13

చలికప్పుగప్పి విచ్చలవిడి లేయెండ
గ్రాగు ముద్దులకూఁతుఁ గౌఁగిలించి
పునికి దోఁగాడుచు బొమ్మలతో నాడు
పసిబిడ్డమోము చుంబనముచేసి
యెగతాలి సరసాల నిల్లాలు పలుకుచు
నవ్వినందుకు మాఱునవ్వు నవ్వి
పనివాండ్రు వచ్చియుండిన దండ్రియేమను
నోయను శంక లోనొరసికొనఁగ

జలిది కడుపారఁ గుడిచి యెద్దులను దోలి
కొనుచు మడి కేఁగుచున్నారు, గనుమ, యొరులు
వారు నీతోటివారలు గారె? రెడ్డి
యువకు లెచ్చటఁ గొఱగాక యుందురయ్య? 14

మనపనిఁ జేసికొన్న నవమానమె? ప్రాఁచిపను ల్వొనర్చుచున్
వనిత యతిప్రయాసమున పర్వులిడం గనుఁగోవె? కావడిం
గొని సరసీజలంబులను గోపముసేయక తెచ్చియిచ్చి కాం
తను బరితోషపెట్టుము; వృథాచన వెప్పుడు నట్టిసాయముల్.

సోమరిపోతపై జనకుసూక్తు లలక్ష్యముచేసి కొంటెవో
రాముల బ్రొద్దుపుచ్చకు, నిరర్థకభూములనైన జెమ్మటన్
శ్యామల సస్యవంతముగ సల్పెడు కాపులు నోగులైన నిం
కోమెడువార లెవ్వరు జనోత్కరమున్ సరసాన్నదాతలై. 16

అరుణకిరణుండు తూర్పున నవతరింప
బ్రాణిలోకంబు మాంద్యమ్ముఁబాసె; నింక
నింట నుండుట మర్యాదయే కుమార!
చలిదిచిక్కంబు గట్టుము పొలముఁ జేర. 17

అప్పుడప్పుడె విచ్చి యలరు చేమంతుల
కమ్మన్నినెత్తావి గడలుకొనఁగ,
రత్నకంబళ మట్లు రాణించు బీళులఁ
బలువన్నెపూవులు బలిసివిరియ,
వ్రాలఁబండిన రాజనాల కేదారంబు

పంటలక్ష్మికి నాటపట్టుగాఁగ,
ప్రొద్దునిగ్గులు సోకి పొగమంచు మబ్బులు
బంగారు వలిపంబు పగిది ప్రేల

ఈనిమేషమందు నిల యెల్ల నందమై
స్వర్గశిల్పి యింద్రజాల శక్తి

వ్రాసినట్టి చిత్రపటమన విలసిల్లె;
దొంగిచూడు మిపుడు తూర్పుదిక్కు! 18

వేకువనె లేచి వైకుంఠవాకిళులను
ముంగిట రచించి గుమ్మడిపూలతోడ
గొబ్బిముద్దల నిలిపి కుంకుమను జల్లె
నీ యనుంగుకూఁతురు; గాంచుమోయి సొబగు. 19

గనిమల తుంగకున్ గఱికకాడల కల్లిన సాలెగూళ్ళ స
న్నని పటికంపుమంచు పడి నాణెపు ముత్తెసరాల పోలికం
గనుఁగొన రమ్యమయ్యె రవికాంతులఁ దేలుచు, నిట్టి భావమో
హనపు నిసర్గ శిల్పముల, హాలిక, త్రొక్కక దాఁటిపొమ్మిఁకన్. 20

పొలముల కేగు పల్లెతలు పుత్తడిగాజులు ఘల్లుమంచు రా
పిలి యులివెత్తగం జిటికెవేయుచు నిన్గని యేలపాటలం
జెలువుగ బాడ నుప్పతిలు సిగ్గున నూరకపోక మాఱుపా
టల నెలుగెత్తి పాడుమ, మిటారుల నవ్వుల కాస్పదంబుగన్. 21

గ్రామవాసుల కిట్టి నిష్కైతవంపు
ముగ్ధపరితోషములు సుఖభోగ్యములగు;
బట్టణ నివాసకుల శుష్కభావములను
నిట్టి సామాజికానంద మెసఁగఁగలదె? 22

ఓయి రెడ్డియువక, యూరక యిందందుఁ
దిరుగ నేమి ఫలము? తిండిచేటు!
తండ్రి కోఁతమడుల దగ్గఱ బనిసేయు,
నన్నమునకు నింటి కనుపుమయ్య. 23

వ్రాలిన కొప్పులోపలి పూలరేకులు
సడలి యొక్కొక్కటి జాఱుచుండ,
బరువంపు రొమ్ముపై బయ్యెద చినుగుళ్లు
గాలికి నట్టిట్టు గదలియాడ,
నెలుగెత్తి పాడెడి యేలలు విని బాట
సారు లెక్కసకెము సలుపుచుండ,
దమ్ములపుంబూఁత దవిలిన వాతెఱ
పై పలుచాలు నవ్వకయె నవ్వ,

జేతికొడవలి ఝళుపుచు చిన్నెలాడి
కన్నెమాలెత పిడిచుట్టి మున్నమున్న
మునువు తఱిగెడి; నింటికి బోవువేళ
సందెడోదె యీలేపె కర్షకకుమార! 24

ఆఁకటి చిచ్చుబాధ సగమైన యొడళ్ళును నంటు డొక్కలుం
జీఁకటిచూపులున్ మొలకు జేనెడుపీలిక గల్గి జీవితం

బే కడగండ్లుగా, బరిగయేరెడి బీదల వెళ్లగొట్టి చీ
కాకొనరింపఁబోకు; వెలిగాదల యాఁకటిమంట నీకునున్. 25

పసిఁడిపూసల పేరుల పగిది దోర
పక్కముగ బండి నేలకు వ్రాలు కంకి
గుత్తుల బిచుకతిండికిఁ దెత్తుననుచు
నింతికిం జెప్పి మఱచితే యింతలోన? 26

పడఁతి యొంటికత్తె; పనిపాటు సేయను
నిడుగు దొడుగులకును నెవరు లేరు;
చంటిబిడ్డ యొకఁడు, సంసారభారంబు
పీల్చి పిప్పిసేయు బీదరాలి. 27

చెలియా, యిత్తఱి నిన్నుఁ గన్గొనిన నాచిత్తంబు తాపార్తమై
కలఁగుం, కష్టకుటుంబకార్యముల సెక్కాలంబు నిర్మగ్నవై
మెలఁగంజూతువు మంచిచీర రవికెల్ మేలౌనలంకారముల్
దలఁపంబోవు, తలైన దువ్వ; విఁకలేదా మేర నీపాటుకున్? 28

మున్నూటరువది దినముల
నెన్నండును గన నశక్య మేపనియును లే
కున్న నిమేషము; కాఁపుం
గన్నియ, నీ కాటవిడుపుకాలము లేదే? 29

నిత్యకృత్యములం దొక్క నిమిషమైన
దొంగిలింపుము కైసేయ దోయజాక్షి!
యఖిలకామినీ సామాన్యమౌ బ్రసాద
న ప్రియత్వము నీ యందు ననలుకొనదొ? 30

స్వాంతమున నీకు రామణీయక పిపాస
యంతరించె నటంచు నే నవను గొంత,
కాని, యెడలేని సంసార కష్టములకు
స్త్రీప్రకృతి బలిపెట్టుట చెల్లదమ్మ. 31

త్యాగమునకైన నొకహద్దు దగును గాని
శలభ మట్టుల నాత్మనాశనము మేలె?
పొలఁతికి సతీత్వ సౌందర్యములును రెండు
బ్రార్థనీయ వరంబులై పరఁగుఁగాదె! 32

అతివ, నాయూరడింపుల యందె దవిలి
చిన్నకూఁతురి నంపవు జొన్నమడికి
బావురంబులు జిల్కలు పాలకంకి
విఱచుకొని యాకసంబున పెడలెఁ జూడు. 33

పడెనట జిల్క లన్నమిష బైట దొలంగిన జూచిచూడకే
యొడిసెల ఱాయిఁబెట్టి పొలమోరలఁ బోయెడి బాటసారిపై

బడ దెగ రుప్పేదేల మగువా, యిటులం బడుచుందనాల తుం
దుడుకుదనంబు నీయెడద తొందరపెట్టెనె? నైజమేగదా! 34

ఐన నయ్యెగాని, యాఁకలి బలుదొడ్డ,
రెండు కంకు లిమ్ము రెడ్డిపడుచ,
ప్రొద్దువోవు మాదు పొలిమేర జేరను,
బాట నడచి నడచి బడలె మేను. 35

అని కడుపేదు పాంథులకు నచ్చట చేతికినందు కంకులం
దినుఁడని చెప్పి మంచెపయి తియ్యనిరాగము దీయు ప్రాయపుం
గొనబుమిటారి, నీ మనసుకుందు నెఱుంగదుగాని, యింటిలో
ననయము లేమిడిన్ సయిచు నమ్మవెతల్ దలపోయ వేలొకో? 36

చిన్నప్రాయమందె చీడపుర్వును దెచ్చి
నీదుహృదయకళిక నిలుపఁదగదు,
పచ్చపైరుచేల బాంధవ్యమునఁ జేసి
పెరిగినావు ప్రకృతిబిడ్డ వోలె. 37

పూలకారుగాలి పొలముపై వీతెంచె
వలపు మొలచి యొడలు పులకరింప,
మనసుకోఁతలెల్ల మానిపోఁ, గోయిలఁ
గూడి పాడు మొక్క క్రొత్తపాట. 38

పైరుంబచ్చలులేని లోపమును పాపంబోలె గ్రొంబూలసిం
గారంబుం గయిసేసి లేఁజివురులం గాంతిల్లె వల్లీతతుల్,

దారింబోయెడు బిచ్చకత్తెయయినం దావుల్ గుబాళింపగం
బూరేకుల్ చికురంబులం దుఱిమి సొంపుంబెంపు బాటించెడిన్. 39

కనుము, యాబిచ్చకత్తెకు గలసుఖంబు
నందు సగపాలు లేదు నీయాలి కకట!
పవలు నిద్రించెదే కాఁపుపడుచువాఁడ,
పొలతి నిట్టూర్పు నీయెద పొగిలిపోదొ? 40

కాఁపులెల్లరు నాగళ్ళు గట్టి కోడ
యడుగు దున్నెద రిపుడు; నీ వదనెఱుఁగవొ?
యాలసింపక యెడ్ల కయ్యలను దోలు
మోయి, యెండలు ముదిరి పెల్లుక్కపెట్టె. 41

శ్రమలు లేకయె ఫలములు దుముకఁబోవు,
పిండికొలఁదియె రొట్టె; యోపిన విధాన
కష్టపడుము కృషీవలా, గలుగు సుఖము
ఉత్తయాసల కన్న మే లుద్యమంబు. 42

అర్కబింబము మధ్యందినాతపంబు
గాయుచున్నది మేనెల్ల కమలిపోవ;

నురుగు గ్రక్కుచు నూర్చుచు నోరుదెఱచి
యొక్కయడుగైన బెట్టవు దుక్కిటెడ్లు. 43

ఖరకరతాపతప్తమయి కాయము ఘర్మకణాళి నీనుచున్
సొరిగెడి సత్వహీనముగ, చూపులు దీనములయ్యు ప్రొద్దునం

బొరసినమోము తేట లెటుపోయెనొ! దప్పియు హెచ్చెనోయి, యి
త్తఱి తరుమూలశాయివయి తాపమువాయుమ చల్లనీడలన్. 44

కరము గష్టించు నిను గాంచి కనికరమున
నెండవేడిమి తొలగించు నిచ్చతోడ
వారిదం బాతపత్రమై వచ్చెగాని,
మారుతాహతి శిథిలమై మరలె నదియు. 45

తరువుల గోటరంబులకు దారెను బక్షికులంబు, బఱ్ఱెలున్
సరసుల జొచ్చెరోజుచు, గనంబడ రెవ్వరు దారులందు, నీ
సరణి నచేతనప్రకృతి చల్లదనంబున కాసచేయ మే
నెరియగ నీవుమాత్ర మిటులేల శ్రమించెద వెఱ్ఱిటెండలన్? 46

బాటల వేడిదుమ్ములకు బాదములం జిఱుబొబ్బలెత్త గ్రీ
యూటగ జెమ్మటల్ మొగమునుండిదొరంగగ గూటిదుత్తతో
బాటలగంధి వచ్చెడిని, బాపము! వేగమ నీట మున్గి య
చ్చోటనె మజ్జిగన్నము రుచుల్వచియింపుచు నారగింపుమీ. 47

తరుణీ, ధూళుల కాళ్లుగాలెనని సంతాపంబునం గాంతునిం
జిఱుముట్టాడక, గేహనిర్వహణమున్ సేద్యంబు సాగంగ ని
ద్దఱు కష్టింప కుటుంబరక్షణము సాధ్యంబౌను; భిన్నాధ్వసం
చరణాసక్త హయద్వయంబు రథమున్ సాంతంబుగా లాగునే? 48

శ్రమ కుచితంబుగా ఫలము సంధిలదోయని చింతవొందకో
రమణీ, నిదాఘతాపము దొఱంగెడు నంతకు మట్టియూడజొం

పముల యుయాలలూఁగి పదమాత్రన యింటికిఁ బొమ్ము, పాలకై
కుములుచు నేడ్చునేమొ యనుంగు బసిపాపడు నిద్రలేచుచున్. 49

దారి జరించుచున్నప్పుడు దగ్గఱనున్న తటాకమందు నిం
పారు సరోజముల్ గొని గృహంబునకుం జనుదెమ్మ, బాలకుం
డారమణీయ పుష్పముల నచ్చెరువొందుచు గాంచి యాడుకో
దీఱిక వంటయింటి పని దీర్పుము కాంతుడు వచ్చునంతకున్. 50

పూవుందేనియ లారగించి మధుప వ్యూహమ్ము కర్ణప్రియం
బైవర్ధిల్లు మనోజ్ఞగీతముల రాగలాపముం జేయగా
నీవేలా కలఝుంకృతిన్ స్వరము లెంతే నైక్యముంబొంద కాం
తా, వాకోవొక పల్లెటూరి పదమైనం జిత్తముప్పొంగఁగన్. 51

సిరిగల యాడుబిడ్డలు విచిత్రపుఁజాలనగల్ ధరించి బం
గరుసరిగంచు చీరలను గట్టి చరింపగ గాంచి యాస లో

బొరయకు కృత్రిమంబులగు భూషలుదాల్ప; నమూల్యరత్నమౌ
సరసపు ప్రేమ చిత్తజలజంబు వెలుంగ నలంకరింపుమీ. 52

వెలగల రత్నభూషలను వేలకుదాల్చిన నిన్నుగాంచు చో
గలుగదు ప్రేమ భర్తకు వికస్వరమౌ వదనారవిందమం
దొలికెడు ముద్దులేనగవు లొక్కనిమేషము దోపకున్న; భూ
షలు ప్రణయానుబంధ సదృశమ్ములు గావు కులాంగనాళికిన్. 53

అతుల సంసారసాగర మందు కాల
జలము సుకృత దుష్కృత వాతచలిత మగుచు

సుఖవిషాదపు తరగలై సుడియుచుండ
పడవపై గట్టుచేర్తువు పతిని గృహిణి! 54

ఈయెడ నాతపంబు శమియించెను, నీడయు తూర్పుదిక్కుకుం
బోయెడు భర్తతో నలిగి పొందెడయం జను జాయపోలికన్
వాయువు సుప్రసన్నమయి పైబయి వీచెడు లేచిరమ్ము, లే
దోయి విలంబనం బనెడి యుక్తి కృషీవలవాఙ్మయంబునన్. 55

మనుజసమాజనిర్మితి సమంబుగ నీకొక ముఖ్యమైన వృ
త్తి నియత, మట్టి ధార్మికవిధిం జిరకాలము గౌరవంబుతో
మనిచిరి నీపితామహు లమాంద్య సుశీలురు సర్వవృత్తిపా
వన కృషిజీవనైక పరిపాలన లోకహితార్థకాంక్షులై. 56

అనుదిన మిట్లు కష్టపడ నావిధి వ్రాసె నటంచు నీమదిం
బనవకు కర్షకుండ, యిలపై జనియించినదాది చెమ్మటల్
దొనక శ్రమించి పౌరుషముతో బ్రతికించెదు నీకుటుంబమున్,
మనమున కైతవాశయము మందునకైనను లేదు నీయెడన్. 57

నేలనూతుల కుగ్గాలు నిలుపువారు,
బోడితలకు మోకాళ్ళకు ముడులువెట్టు
వారు, జిటికెల పందిళ్ళు పన్నువారు
నిన్ను బోలరు, తమ్ముడా, యెన్నడైన. 58

పఱుపులు పట్టెమంచములు పట్టుతలాడలు నంబరంబులుం
గరులు తురంగముల్ ప్రియయుగాంచనమున్ మఱియేమియుండినన్

ధర సకలంబు నొంతమయినం దనివోదు మనుష్యతృష్ణ, త
త్పరిచితులైన వారి నెడబాయదె తృప్తి నిసర్గశత్రుతన్. 59

అన్నా హాలిక, నీదు జీవితము నెయ్యంబార వర్ణింప మే
కొన్న న్నిర్ఝరసారవేగమున వాక్పూరంబు మాధుర్య సం
పన్నంబై ప్రవహించుగాని యితరుల్ భగ్నాశులై యీర్ష్యతో
నన్నుం గర్షకపక్షపాతియని నిందావాక్యము ల్వల్కరే! 60

వనలతయైన నాకవిత పత్రపుటంబుల పూవురెమ్మలన్
దినదిన జృంభమాణమయి తేజరిలెన్ సహజప్రరోహ వ

ర్ధననియమానుసారముగ; దల్లత యెన్నడు దోటమాలిపా
ణిని గనుగోని వన్యరమణీయత జిల్కు నపూర్వపద్ధతిన్. 61

పంజరనిబద్ధకీరంబు బయలు గాంచి
యడ్డుకమ్ముల దాటంగ నాసచేయు
నటు, బహిర్నియమంబుల నతకరించి
మన్మనంబు స్వాతంత్ర్యసీమకు జరించు 62

కాన, యెవ రేమి యనుకొన్న దానసేమి
గలుగు? కాల మనంతము; ఇల విశాల;
భావలోకము క్రమముగా బడయు మార్పు
ఏల హృదయంబు వెలిపుచ్చ నింతయళుకు? 63

సైరికా, నీవు భారతక్ష్మాతలాత్మ

గౌరవ పవిత్రమూర్తివి! శూరమణివి!
ధారుణీపతి పాలనదండ మెపుడు
నీహలంబు కన్నను బ్రార్థనీయమగునె? 64

దైనికావశ్యకమ్ముల దాటిపోవ
వెగుర ఱెక్కలురాని నీయిచ్ఛలెపుడు;
పైరుపచ్చలె యవధిగా బ్రాకుచుండు
నీవిచారము, నూహయు, నిపుణతయును. 65

ప్రొద్దువొడిచిన దాదిగా బ్రొద్దుగ్రుంకు
వరకు గష్టింతువేగాని యిరుగుపొరుగు
వారి సంపదకై యాసు గూరబోవ
వెంత నిర్మలమోయి, నీహృదయకళిక! 66

పల్లె యెల్లయె సర్వప్రపంచసీమ!
ప్రియ యొకర్తయె రమణీయ విగ్రహంబు!
బంగరుం బంటపొలములే భాగ్యనిధులు!
అనుదిన పరిశ్రమమె మత మగును నీకు. 67

ఉండి తిన్నను లేక పస్తున్నగాని
యాసచేయవు పరుల కష్టార్జితంబు!
నాకలెత్తగ నీపంచ కరుగు నతిథి
తినక, త్రావక, పోయిన దినములేదు. 68

కృషి సకల పరిశ్రమలకు కీలుచీల;

సత్పరిశ్రమ వాణిజ్యసాధనంబు;
అఖిల వాణిజ్యములు సిరికాటపట్లు;
సిరియె భోగోపలబ్ధికి జీవగఱ్ఱ. 69

కావున కృషీవలా, నీవె కారణమవు
సాంఘికోత్కృష్ట సౌభాగ్య సౌఖ్యములకు;

ఫల మనుభవించువారలు పరులు; నీకు
గట్టకుడువను గఱపె యెక్కాలమందు. 70

ఫలము ల్మెక్కెడివారు తత్ఫల రసాస్వాదక్రియాలోలురై
పలుమా అమ్మధురత్వము న్నుతుల సంభావింతురేగాని, త
త్ఫల హేతుక్రమవృక్షముం దలపరెవ్వారైన, నట్లే రమా
కలితు ల్భోగములన్ భుజించుచు నినుం గన్నెత్తియుంజూతురే? 71

అట్టి కృతఘ్నులన్ మనమునందు దలంపక సేద్యనాద్యపున్
ఘుట్టన నస్థిపంజరముగా తనువెండినగాని, వర్షముల్
పట్టినగాని, క్షామములు వచ్చినగాని శరీరసత్త్వమే
పట్టుగ స్వశ్రమార్జితము పట్టెడు నన్నము దిందు వెప్పుడున్! 72

రాజకీయ ప్రపంచ సామ్రాజ్యమందు
శౌర్యఖడ్గంబులకు లేదు శాసనంబు;
సంఘరాజ్యంబు నేలు విస్తారశక్తి
సతము నాచార ఘోర పిశాచరాజు; 73

శౌర్యమునకు నాచార చక్రమునకు

మధ్య, లోకంబు దవిలి సమ్మథితమగును;
కాలగర్భంబునం దెట్టి ఘటనగలదొ
పూర్వ పద్ధతి విప్లవ స్ఫురణగొలుప! 74

కల్యకాంతికి మున్నంధకారరాత్రి,
వర్షపాతంబునకు మున్ను వారిదముల
ఢమఢమాడంబరంబులు నమరు; నిదియు
బ్రకృతి భావంబునకు నూత్నపథము గాదు. 75

కష్టసుఖముల నీచోచ్చ గతులు గలవు
చక్రదండంబులకు బోలె; సమయమందు
నిట్టిమార్పు లనంతమై యెసగుచుండు
భావి పరిణామ మెవ్వరు పలుకగలరు? 76

ఓకృషీవల! నీవు కష్టోత్కటంపు
దుర్భరావస్థ యందె తోదోపువడగ
నెవరు శాసించువారు, నీకేమి కొదవ?
ఆత్మవిజ్ఞానమయముగా నలవరింపు. 77

దారిద్ర్యంబను పెల్లుటేటి కెదురై దాటం బ్రయత్నించుచుం
బూరావేగమునం జలించి వెనుత్రోపుల్వోవు కాంక్షోడుపం
బేరా వొందక నెట్టు తెడ్లగు మనస్స్వేచ్ఛాప్రకారంబు కా
ర్యారంభంబును ధైర్యము న్విడకుమయ్యా, నీవు వేయింటికిన్. 78

రార సైరిక, గనుగొమ్ము రమ్యమైన
సస్య కేదార ఖండంబు! సత్కవీశ

భావలోచన మెరవుగా బడయకున్న
గాంచనేర వంతర్లీన కాంతిసరణి. 79

అనిలాలోలవినీలసస్యములు భంగానీకముల్గాగ తె
ల్లని కొంగ ల్పాయిదేలు నుర్వులుగ లీలన్ జొక్కలల్లార్ప, మ
ధ్యను రాజిల్లు కుజంబు లోడలుగ వాతస్ఫూర్తిగంపింప, స
స్య నికాయావని సాగరం బటుల నేత్రానందముంగూర్చెడిన్. 80

కుసుమ లతావలీ కలిత కుంజములం, కిసల ప్రకాండముల్
పసరులు గ్రక్కు వృక్షముల బాలతృణంబుల జేలగట్లు నొం
పెసగ, సమస్తరత్నముల నేరిచి కూర్చిన జాలబిళ్ళలన్
వసుధ కమర్చిరో కృషికవర్యు లనన్ వరిమళ్ళు శోభిలున్. 81

మరకత చూర్ణవర్ణముల మండితమౌ నవశాలిభూమి సుం
దరతను గాంచ వైదిక దినంబులలో భరతక్షమాధురం
ధరయగు సస్యలక్ష్మి దయదప్పక నేటికి నార్యధారుణీ
భరణ కుతూహలస్ఫురణ భాసిలునో యననొప్పు హాలికా. 82

కడమొదలులేని నీదేహకష్టములకు
బ్రతిఫలంబగు సస్యసంపత్తి గాంచి
కవివి గాకున్న వాగ్మిత గలుగకున్న
బ్రణుతి వర్ణింపు మొకసారి భాగ్యగరిమ! 83

ఆకాశంబున మేఘమాలికల రూపైనం గనన్ రాదు, శు
ష్కాకారంబుల బైరులెల్ల సుదుమై యల్లాడె, దీవ్రంబుగా
నోకెన్ సూర్యమయూఖతాప, మిఁక నేజోకన్ ఫలించున్ వరుల్
మాకీకష్టము పెట్టె దైవమని యేలా మాటికిం జింతిలన్? 84

కటకుగ నెండగాయ నిక గాసముతప్పె ననంగ నేల? భా
స్కర కిరణాళిలో గలదు సస్యసముద్ధరణైకశక్తి; త
త్కిరణము లబ్ధివారి పయికింగొని యావిరిరూపునన్, నభోం
తరమున మార్చు నీరద వితానముగాగ బునప్రవృష్టికిన్. 85

అల వర్షాగమలక్ష్మి రేఖ యన దివ్యానేక వర్ణంబులం
బొలుపుంబొందు నవాబ్దమాల యదిగో భూభృచ్ఛిరోలంకృతిం
దలపించుం గనుగొమ్మ, వాయునిహతిం దద్దేశముం బాసి కొం
గలబారుల్ వెనువెంట నంట శకలాకారంబులన్ వచ్చెడిన్. 86

బావికి నీటికై యరుగు పల్లెత లంబుధరంబు గాంచి య
ప్పా! వినువీధి హాలికులపాలిటి దైవమె యంబుదాకృతిన్
భావిఫలోదయప్రకటభావమునం జనుదెంచె నంచు మో
దావృత చిత్తలై సరసమాడుచు బోయెదరో కృషీవలా. 87

పొలమున కంచెగా మొలచి పువ్వులుపూచెడు కేతకంబు లు
జ్జ్వల కుసుమోపహారముల బత్రపుటంబుల నుంచి మారుతా

చలితకిసాలయోచ్ఛలన చాతురి బిల్చెడు, చేరబోయి త
త్కళిక పరిగ్రహించి కులకాంతకు కానుకయిమ్ము తమ్ముడా. 88

ప్రావృడంభోదలక్ష్మి యావాసమునకు
బాఱగట్టిన నవరత్న తోరణంబు
నాఁగ గోమల శబల వర్ణములతోడ
నింద్రచాపంబు శోభిల్లె నిదిగో చూడు. 89

వానతూనీగ లాకాశ పథమునందు
సరస ఝుంకార రవములు సలుపుచుండె;
జల్లగాలికి నురుగప్పు లెల్ల మడుల
బెకబెక మటంచు గూసెడి వికటరుతుల. 90

తటములకు నాకసమున కంతరము లేక
నీలనీరదమాలలు ప్రేలుచుంట
నేలపై మిన్ను పడనీక నిలుపుచుండు
స్తంభము లనంగ గిరులు దృశ్యంబులయ్యె. 91

తపను డంబుదాచ్ఛాదన తతులలోన
మఱుగువడిపోవ గని నీలగిరుల చల్ల
దనము భువి నాక్రమించిన యనువుగాగ
వాయుమండల మీమిరి పట్టియుండె. 92

తెల్లపట్టు మస్లీనుల తెరలలోన
నాడుకొనుచుండు పసిపాప యరువు దోప
వానముత్యాలు గూర్చిన వలల తెరల
దినరమామణి మృదుకాంతి దిరుగుచుండె. 93

త్రావ నీరైన దొరకని తరుణమందు

నిమిషమాత్రాన దొరువులు నిండిపోయె!
నఖిల లోకాశ్రయుండు కృపామృతుండు
కన్నుదెఱచిన జరుగని కార్య మున్నె? 94

జల్లు పెల్లుడుగంగ బిల్లలు, తల్లులు
నిలువబట్టిన నింట నిలువబోక,
వాననీరుల వాఱు పల్లపు టిసుకల
గయ్యగా గట్టలు గట్టి చిన్న
నాగళులం బన్ని లేగదూడల గట్టి
దున్నుచు విత్తులు మన్ను గలిపి
పచ్చయాకులు చల్లి పైరుపట్టె నటంచు
గలుపు దీయుచు కోతకాల మనుచు

వరులు గోయుట నటియించి పనలుగట్టి
కుప్పవేయుటగా మన్నుకుప్ప పెట్టి

కడకు నేల చదునుగాగ గాల దున్ని
యాకలెత్తిన నిండ్లకు నరుగుచుండ్రు. 95

జడివానన్ వలిబడ్డ టక్క మొదవుల్ సంఘుంబులై బీళులన్
విడియజ్జాడుచు దొడ్డిజేర నవిగో వేగంబుగ న్వచ్చె; పె
ల్లడుసుల్వోవని మిట్టనేల టసి గొయ్యల్నాటి కట్టించి పెం
బడి వేయింపుము గడ్డిగాదములు చొప్పల్ బొందుపుల్దంటులన్. 96

తమ్ముడు కుఱ్ఱ, గోచయము దాటులుపెట్టుచు క్రేపుదామెనం

గ్రమ్ముచు జిఱ్ఱుకొట్టుచు పరస్పరముం దల డీలుకొంచు ము
న్గొమ్ముల జిమ్ముచుం దిరుగ గొట్టిన బట్టిన లొగ్గిరావు, సా
యమ్మొనరింపు మీయదన నాలమరల్పగ పల్పుపెట్టగన్. 97

తడిసిన పచ్చికట్టియలు తంగెడు తప్పర తాటియాకులం
బడతుక ప్రొయ్యిలో దుఱిగి పై పొగలెత్తగ నూఁదుకాని కూ
డుడుకదు; కాకకుం బొగకు నుప్పతిలెం గడగంట బాష్పముల్;
తడయక యెండు రెమ్మలను దట్టెడు త్రుంచుమ చెట్టుచేమలన్. 98

మును వేసంగిని కుచ్చివిడ్డ పిడకల్ బొప్పర్లు బొళ్ళెంబులన్
వెనుకంబెట్టిన తాటిచుండ్లు బరికెల్ వెళ్ళించె నిన్నాళ్ళు; నిం
క నవాంబోధర మాలికా పిహిత దిగ్జాలంబులై వర్షపున్
దినముల్ డగ్గరె; కాంతబాసనము నేతీరొప్ప సాగించెడిన్. 99

పొలముల బీళులం దిరిగి ప్రొద్దెడగ్రుంకగ నిల్లుసేరి పా
పల నొడిచుట్టు బెట్టుకొని భార్యను నన్నము దెమ్మటంచు పే
పిలిచెద, వొంటికాపురము, పిల్లల గిల్లల బుజ్జగించుకో
వలసిన యాలిపాటు దలపం గరుణింప వదేల హాలికా. 100

ఉప్పుతో దొమ్మిది యున్న కాపురములు
　　సేయు గృహిణుల కేచిక్కు లేదు,
ఎవ్విలేకున్నను నిరుగు పొరుగు కులాం
　　గనలకు చేయొగ్గి గైకొనుటకు
నిష్టపడక, యున్నదే పెట్టి యక్కఱ
　　వాపుకొనెడు మానవతుల కెందు
లేమిడి సంసార మేమెయి పరువుతో

గడపంగ నిక్కట్లు గలుగుచుండు
నెన్ని కష్టములున్న నిట్లని పలుకక
పొసగినయంతకు బొదువుచేసి

మగనికి బిడ్డలకు బెట్టి మిగిలియున్న
యింత దా దిని భిక్షున కిడు పురంధ్రి
శాంతి నీతియు నురుకష్టసహనశక్తి
నెవరెఱుంగుదు రంతటి యింతి దక్క! 101

తల తాకటులుపెట్టి ధనికుల దగ్గఱ
బన్నుకై గొన్న రూపాయలప్పు
కూలికి నాలికిం గూటికిం జాలక
నాముగా గొన్న ధాన్యంపుటప్పు
చిల్లర మల్లర చేబదులుగ దెచ్చి
యక్కఱ గడపిన యట్టి యప్పు
పండుగపర్వాల బంధుల విందుకై
సామానుగొన్న బజారుటప్పు

వాయిదా మించవచ్చిన వడ్డియప్పు
పడతిసొమ్ముల కుదువకు బడ్డయప్పు
వేగ తీఱిచి స్వాతంత్ర్యవీథి యందు
సంచరింపుము నిశ్చింత సంతతంబు. 102

పవలు నడుచుబ్రొద్దు; తోపవిందు రేపేళ;
పవలు రేయి నడచు పాడువడ్డి!

అప్పుచేసి కుడుచు పప్పుకూళులకన్న
గాసు ఋణములేని గంజి మేలు. 103

సంఘపరివర్తనంబులు జరుగుచున్న
రాజకీయ సంక్షోభంబు రగులుకొన్న,

విప్లవంబుల దేశమ్ము వీగుచున్న,
గృషి దృజింపకు కర్షకా, కీడు గలుగు. 104

నవ్యపాశ్చాత్య సభ్యత నాగరకత
పల్లెలందు నస్పష్టరూపముల దాల్చి
కాలసమ్మానితములైన గ్రామపద్ధ
తులను విముఖత్వముం గొంత గలుగజేసె. 105

పంచాయతీసభా భవనంబులౌ రచ్చ
        కొట్టంబు లొకమూల గూలిపోయె,
వీథిబడుల జెప్పు విజ్ఞానధుర్యులు
        నొజ్జలు దాస్యంబు నూతగొనిరి,
గ్రామపరిశ్రమగలుగు నన్యోన్యమౌ
        సహకారవృత్తంబు సమసిపోయె,
సత్యజీవనము, విశ్వాసమ్ము, భక్తియు
        నైకమత్యము మున్నె యంతరించె

బూటకములు, కుయుక్తులు, మోసగతులు
కోర్టువ్యాజ్యాలు, ఫోర్జరీల్, కూటమైత్రి,

స్వార్థపరత, మౌఢ్యంబు, గర్వప్రవృత్తి
నేర్పు విద్యాలయంబులు నేటియూళ్లు. 106

నేటి నాగరకత నీమేలు గోరక
యప్పుచేసి బ్రతుకుమని విధించు;
నాయవృద్ధికన్న నావశ్యక పదార్థ
సంఖ్య హెచ్చ చిత్తశాంతి యున్నె? 107

జీవనస్పర్ధ సామాన్యచేష్టయైన
కాలమున వ్యక్తివాద మగ్రత వహించు
సత్త్వవిరహితు డన్యభోజ్యత నశించు;
నర్హజీవియె యంతరాయముల దాటు. 108

కాన, జీవనసంగ్రామ కార్యమందు
విజయి వగుటకు శౌర్యంబు విద్య బుద్ధి
సత్యసంధత యాత్మవిశ్వాస మనెడు
నాయుధంబుల విడువకు హాలికవర్య. 109

చాలు విజ్ఞానమతబోధ! సాంధ్యరాగ
కాంతి బండిన కేసరి కారుచేలు
స్వర్ణసైకత ఖనులుగా పరిణమించె
గనుల కాప్యాయనంబుగ గాంచుమోయి. 110

బారులుదీరి యంబరముపై చరియించెడు నీటికోళు లిం
పారగ సాంధ్యలక్ష్మి మెడయందు ధరించిన తారహార రే

ఖారమణీయతం జిలుక గాలువనీటికి నేగు కన్యకల్
వారక కొంతసేపు కనువాల్చక చూతురు విస్మయంబునన్. 111

గోపద ధూళి ధూసరిత గోపకుమారులు కాపుపిల్లలున్
మూపున కఱ్ఱలుం జలిదిబోనపు దుత్తలు, చంకలోన బె
న్మోపెడు దూడపల్పు లిడి మోహన వేణురవంబు సేయుచున్
మాపటివేళగా బసులమందలు దోల్కొనివచ్చి రిండ్లకున్. 112

స్వారిచేయు నిచ్చ భావంబు కలిగింప
బఱ్ఱె నెక్కి వచ్చు బాలు డొకడు;
వాని క్రిందద్రోయువఱకు బఱ్ఱెను బాది
సంతసించు రితరసఖులు నగుచు. 113

బడి విడిపించంగ బాలురు వీథుల
బరుగెత్తి యుప్పరపట్టెలాడ,
పంటచేలకు పనిపాటుల కేగిన
కర్షకు లిండ్లకు గదలుచుండ,
స్నానంబు లొనరించి సరసుల భూసురుల్
భక్తిభావన సంధ్య వార్చుచుండ,
సందాకవళమమ్మ సత్తెమేజయమని
యన్నార్థులగు భిక్షు లరుగుదేర

బకు లెల్లను గూళుల బట్టి చనగ
నచ్చుతచ్చుట దారక లవతరింప
మొలకచీకటి దిక్కులు మలినమయ్యె,

సంజ రాతిరి గర్భాన సమసిపోయె. 114

ఇంతకు రాడు కాంతుడని యింతి విచారముతోడ ద్వారబం
ధాంతరమందు నిల్చి కనులార్పక దారులు చూచుచుండ నీ
వంతగ నాలసింప దగవా, మగవారలయట్ల కాతర
స్వాంతలుగాక, కామిను లనాగతకష్టము లెంతు రెప్పుడున్. 115

ఆయెను రచ్చలోని వ్యవహారము, లూరక పొల్లుమాటలం
బోయెను నర్ధరాత్ర, మికబొమ్ము గృహమ్మునుజేర, బిడ్డలున్
నాయన నాయనంచు కరుణమ్ముగ నేడ్చుచునున్నవారు, ము
న్నాయితపెట్టె స్నానమునకై నులివెచ్చని నీరు భార్యయున్. 116

లయవిభాతి

చలువగల కప్పురము చిలికినటు చల్లనయి
          లలితకలధౌత మృదువిలసనము పోలెన్
మొలకలిడు వెన్నెలల చెలువము దిగంతముల
          కలముకొని తారకల తళుకులను గప్పం

గలువపొడి గందవొడి దొలక సుడి రేగుచును
          మెలగు నెలపయ్యరలు నలసత జరింపం
దలపున రసార్ద్రమగు వలపు లిగిరింప, దిన
          కలకల మడంచి నిశ గొలిపె ప్రమదంబున్. 117

స్నానమొనరించి, వెన్నెలచలువ బయల
బిడ్డలు న్నీవు నిల్లాలు బ్రీతి గుడిచి

పొడుపుకతలు, సమస్యలు, పూర్వచరిత
లంత వచియింపు వారలు సంతసింప. 118

శ్రమ, విషాదమ్ము, లాసలు, సర్వకాల
హృదయభేదక చింతలు నిదుర యనెడు
శాంతవారిధి లీనమై సమసిపోవ
విశ్రమింపుము, సైరికా, వేగువఱకు. 119

ఇట్లు

****

కృషీవలుడు   దువ్వూరి రామిరెడ్డి

Made in the USA
Monee, IL
23 August 2025

23934424R00024